ഗ്രീൻ ബുക്സ്

നിന്നെ തിരയുമ്പോൾ

പി. വത്സല

നോവലിസ്റ്റ്, കഥാകൃത്ത്, അധ്യാപിക.
1938ൽ കോഴിക്കോട് ജനനം.
കേരള സാഹിത്യ അക്കാദമി പ്രസിഡന്റ്,
എസ്.പി.സി.എസ്. ഡയറക്ടർ ബോർഡ് അംഗം
എന്നീ നിലകളിൽ സേവനം.
കുങ്കുമം അവാർഡ്, അബുദാബി മലയാളി സമാജം
അവാർഡ്, കേരള സാഹിത്യ അക്കാദമി അവാർഡ്,
മാതൃഭൂമി പത്മപ്രഭാ പുരസ്കാരം, വയലാർ അവാർഡ്,
എഴുത്തച്ഛൻ അവാർഡ് എന്നിവ ലഭിച്ചിട്ടുണ്ട്.
പ്രധാന കൃതികൾ: *നെല്ല്, ആഗ്നേയം,*
നിഴലുറങ്ങുന്ന വഴികൾ, വിലാപം, പാളയം,
ചാവേർ, കൂമൻകൊല്ലി, കാലാൾ കാവലാൾ,
പംഗുരു പുഷ്പത്തിന്റെ തേൻ, തൃഷ്ണയുടെ പൂക്കൾ.

ഗ്രീൻ ബുക്സ് പ്രസിദ്ധീകരിച്ച
ഗ്രന്ഥകാരിയുടെ ഇതര കൃതികൾ

മലയാളത്തിന്റെ സുവർണ്ണകഥകൾ - പി. വത്സല

വെയിലിയുടെ മകൾ

ഗൗതമൻ

മരച്ചോട്ടിലെ വെയിൽച്ചീളുകൾ

കൊല്ലി

കവിത

നിന്നെ തിരയുമ്പോൾ

പി. വത്സല

ഗ്രീൻബുക്സ്

green books private limited
gb building, civil lane road, ayyanthole,
thrissur- 680 003, kerala, ph: +91 487-2381066, 2381039
website: www.greenbooksindia.com
e-mail: info@greenbooksindia.com

malayalam
ninne thirayumpol
poem
by
p. valsala

published april 2022

cover design : aswathy hariharan

printed in india

branches:
thrissur 0487-2422515
thiruvananthapuram 0471-2335301
calicut 0495 4854662

isbn : 978-93-93956-45-1

₹ 100.00
GBPL/1218/2022

മുഖക്കുറി

നോവലിസ്റ്റും ചെറുകഥാകൃത്തുമായ മലയാളത്തിന്റെ എഴുത്തുകാരിയിൽ നിന്നും കാവ്യപന്ഥാവിലേക്കുള്ള വഴി വളരെ ഹൃദ്യമാണ്. പി. വത്സലയുടെ എഴുത്തുശേഖരത്തിൽ സ്വകാര്യമായി സൂക്ഷിച്ചിരുന്ന ഈ കവിതകൾ ഗ്രീൻ ബുക്സിലൂടെ വായനക്കാർക്ക് സമർപ്പിക്കാനായതിൽ സന്തോഷമുണ്ട്.

എഡിറ്റർ

കവിതകൾ

നിന്നെ തിരയുമ്പോൾ

കുഞ്ഞായിരുന്ന കാലത്ത്,
ഞാൻ മുത്തശ്ശിയുടെ വിരൽത്തുമ്പിൽ
തെന്നിത്തെന്നി
വഴിയിലെ ചരൽക്കല്ലുകളെ ഞെരിച്ച്
ദൈവത്തെക്കാണാൻ പോയി.

ദൈവം എവിടെ നിന്നു വന്നു?

കൃഷ്ണക്കടവിന്റെ കയത്തിൽ,
പൂനൂർപ്പുഴയുടെ ഹൃദയത്തിൽ
അവൻ കാത്തു നിന്നിരുന്നു.

വൈകുന്നേരത്തെ ഉഴവു കഴിഞ്ഞു.
ഒരു കൃഷീവലൻ, കാലിയേയും തന്നെത്തന്നെയും
കുളിപ്പിക്കാൻ പുഴയിലിറങ്ങി.
പകലോൻ മുളങ്കൂട്ടത്തിന്റെ ഇരുട്ടു പകുത്ത്
പടിഞ്ഞാററബിക്കടലിന്റെ തീരത്തേക്ക്
മെല്ലെ നടന്നു പോയിരുന്നു.
എന്നിട്ട്?

കൃഷിക്കാരൻ ഉരച്ചു ചളി കളഞ്ഞു
ഉടൽ ശുചിയാക്കി.
അരുമയായ കാലിയെ തൊട്ടുതടവി
വർത്തമാനം പറഞ്ഞു കുളിപ്പിച്ചു കുളിപ്പിച്ചു.
അവസാനം മുങ്ങിനീർന്നപ്പോൾ
നീലാണ്ടന്റെ കയ്യിൽ കൃഷ്ണൻ!

രണ്ടടി ഉയരം, നീലക്കറുപ്പ്.
നീലാണ്ടൻ പുഴക്കരയിലെ
കാവിലേക്കു നിറവോടെ നടന്നു.

കൃഷ്ണനെ നൂൽച്ചോട്ടിൽ വച്ചു.
അവിടെ പരമശിവനും അവന്റെ നന്ദിനിപ്പശുവും
ഉണ്ടായിരുന്നു.
അങ്ങനെ കൂറ്റംബേശി ക്ഷേത്രവും
ആനന്ദനൃത്തമാടാൻ ഉണ്ണിക്കൃഷ്ണനും
നടന്നു നടന്നു കുന്നു കേറിയിറങ്ങി.

ക്ഷേത്രത്തിലെത്തുമ്പോൾ ഇലഞ്ഞിമരം പൂ പെയ്തു.
മുത്തശ്ശിയുടെ കഥ കേട്ടു തുടിക്കുന്ന മാറിനു മീതെ
പുലർമഞ്ഞിൽ വിറച്ചു കിടക്കുന്ന ഇലഞ്ഞിപ്പൂ
പ്പൊന്നുകളെ ഞാൻ വാരിപ്പിടിച്ചു.
അമ്പലത്തിൽ ആരുമില്ല.
ഗർഭഗൃഹത്തിന്നു നേർക്കു കൈ കൂപ്പി
അപ്പോൾ ഇലഞ്ഞിപ്പൂക്കൾ എന്റെ
നെഞ്ചിടിപ്പു കേട്ടു.

പൂജ കഴിഞ്ഞു. പൂജാരി മണി താഴെ വച്ചു.
ദീപാരാധനയുടെ തട്ടും തളികയിൽ പ്രസാദവുമായി
മുത്തശ്ശിക്കു പ്രസാദപ്പുഞ്ചിരി നൽകി.

പൂജാരി മുത്തശ്ശിയോടു കുശലം ചോദിക്കുന്നു.
പ്രസാദപാത്രം താഴെവയ്ക്കുന്നു.
ഒരു കെടാത്ത തിരി മാത്രം ഗർഭഗൃഹത്തിൽ
അവശേഷിക്കുന്നു.

''അതെന്താ?'' ഞാൻ ചോദിക്കുന്നു,
''അതാണ് ദൈവം, ദൈവത്തിന്റെ കൺചിരി''

നട തുറന്നുതന്നെ കിടന്നു.
''നമുക്ക് പോകാം മോളെ–''
''വേണ്ട. കുറച്ചൂടി കഴിയട്ടെ!''

രണ്ടു മിനിറ്റു കഴിഞ്ഞു.

കറന്ന പയ്യിനെ അഴിച്ചു കെട്ടേണ്ടെ?
പൈക്കുട്ടിക്ക് പുല്ലു പറിക്കേണ്ടെ?

മുത്തപ്പൻ, പൂജ കഴിഞ്ഞു നടുവകത്ത്
കത്തിക്കൊണ്ടിരുന്ന നിലവിളക്ക് ചൂണ്ടി
ഞാൻ ചോദിച്ചു,

''ഈ വിളക്കോ?''
''ഇതും അതും ഒന്നു തന്നെ.''

രണ്ടാമതൊരു ചോദ്യം ചോദിക്കാനില്ല.
''അതും ഇതും തമ്മിലെന്തു വ്യത്യാസം?''
നടുവകത്തെ വാതിൽ ചാരുമ്പോൾ
ഞാൻ ചോദിച്ചു.

''ഒരു വ്യത്യാസവും ഇല്ല.
എല്ലാ വെളിച്ചവും ഒന്നുതന്നെ.
നിന്റെ കൺവെളിച്ചവും
വിഷുക്കണി കാണുന്ന പയ്ക്കളുടെ
കൺവെളിച്ചവും അതുതന്നെ.''

മനം നിറയെ വെളിച്ചത്തിന്റെ മൊട്ടുകളുമായി
ഞാൻ നടന്നു. നടന്നു നടന്ന്
മഴ പെയ്യുന്ന ഒരു എടവമാസത്തിൽ
കാഞ്ഞിരം മണക്കുന്ന എടവഴി താണ്ടി
പഴുത്തു തുടുത്ത കാഞ്ഞിരക്കായ്കൾ
മഴ നനഞ്ഞ ഉടലുമായി നീണ്ട തണ്ടുകളിൽ
ഞങ്ങളെ നോക്കി ഉയരത്തിൽ നിന്നു.

അന്നു വഴി നയിച്ചത് രാമന്നായരുമാഷ്.
സ്കൂളിൽച്ചേരുന്ന ഓരോ കുട്ടിയും
അദ്ദേഹത്തിന്റെ ജീവിതപ്പാതയിൽ വെളിച്ചം വിതറി
കുട്ടികളെ കന്നുകുട്ടികളെയെന്നോണം
അദ്ദേഹം തെളിച്ചു.

എന്റെ ചോദ്യങ്ങൾ മുഴുവനും മനസ്സിൽ മുട്ടുകുത്തി.

ഞങ്ങളുടെ ഓരോ ചോദ്യത്തിനും
അമ്മയുടെ മനസ്സിൽ ഓരോ കഥപ്പൂ വിരിഞ്ഞു.

ചോദ്യങ്ങൾ തേടി നടന്നില്ല.
അമ്പലങ്ങളിൽ കയറിയിറങ്ങിയില്ല.
ചോദ്യങ്ങൾക്ക് പല മുഖം വിരിഞ്ഞു.
അങ്ങനെ കാലം കഴിഞ്ഞു പോകും മുമ്പ്,
ഒരു നാൾ വടക്കു നിന്നു തെക്കോട്ട് ഓടുന്ന
ഒരു എക്സ്പ്രസ്സ് വണ്ടി നിറയെ
കൗമാരം പൂത്തുലയുന്ന കണ്ടു,
അപ്പോൾ വിരിഞ്ഞ മുഖപുഷ്പങ്ങൾ.

അത് അമ്മയായിരുന്നു.
അവരുടെ ശിഷ്യഗണവും.
കുമാരന്മാർ കുമാരിമാർ
വഴിഞ്ഞൊഴുകുന്ന
സംഗീതത്തിന്റെ അകമ്പടി.

തൂവെള്ള വസ്ത്രമണിഞ്ഞ പൂക്കൾ
തൂനെറ്റിയിൽ കളഭക്കുറി
തീവണ്ടിയിൽ കളഭക്കൂട്ടിന്റെ മാസ്മരഗന്ധം
മുറിഞ്ഞുപോവാത്ത സംഗീതം
വണ്ടിയുടെ ചലനത്തിനു കോപ്പു കൂട്ടി.

സ്നേഹവും സത്യവും നിറയെ പൂത്തുനിൽക്കുന്ന
ഒരു ചെറുതടാകമായി, ഇരുമ്പിൽ തീർത്ത ശകടം,
അതിന്റെ കതകോടു ചേർന്നൊരു സീറ്റിൽ
ഞാനേക, കൂട്ടില്ലാത്തവൾ.

തലസ്ഥാന നഗരത്തിലൊരു യോഗത്തിൽ
പങ്കെടുക്കുവാൻ പോകുന്ന അദ്ധ്യാപിക.
അവരുടെ അമ്മ, മൂന്നു നിരകൾക്കപ്പുറം.
സംഗീതത്താലും സ്നേഹത്താലും സത്യത്താലും
പരിവേഷമണിഞ്ഞു യുവസുന്ദരിയായി,
സ്നേഹത്തിന്റെ പൂക്കൾ വിരിഞ്ഞ നീലക്കണ്ണുമായി

മറ്റൊരിക്കൽ എന്റെ വീട്ടിൽ
തെക്കോട്ടു തുറക്കുന്ന ജാലകത്തിന്നു മുമ്പിൽ
എന്റെ മേശയുടെ അടുത്തേക്ക്

സംഗീതത്തിന്റെ തിരകൾ
മൃദുവായി അടിച്ചുകയറി.

അത് അമ്മയായിരുന്നു.
അന്വേഷിച്ചുകൊണ്ടിരിക്കുന്ന വാഴ്‌വിന്റെ വാഗ്‌ദേവി.
നിറകുടം, ആശാപാശങ്ങൾ
അറുത്തെറിഞ്ഞ ഒരു സ്നേഹാന്വേഷക.

രാവിൽ തിരയടിച്ചു നിന്ന സംഗീതത്തിന്റെ
അലകൾ ശമിക്കും മുമ്പ്
ഗാനനിർഝരിയുടെ തിരയടങ്ങും മുമ്പ്
ഞാനവരെ ദർശിക്കാൻ പോയി.
അതു രണ്ടാമത്തെ കാഴ്ച.
രണ്ടിനുമിടയിൽ മൂന്നു ദശകങ്ങളുടെ അകൽച്ച. ■

ഇടിവെട്ടിപ്പൂക്കൾ

അകലങ്ങളിൽ, ചായക്കുന്നുകളിൽ
ഇടിവെട്ടിയതു കേട്ടു.
ഞങ്ങൾ സുഖസുഷുപ്തിയിൽ നിന്ന്
നഗരത്തെ ഉണർത്തി.
പത്രങ്ങൾ ഉറക്കം തൂങ്ങുന്ന
പടിവാതിലുകളെ പിടിച്ചു കുലുക്കി.
ഘോഷക്കാരുടെ വണ്ടികൾ
കവിളൊട്ടി കരഞ്ഞുവീണ
കരിയിലപ്പാതകളെ
കിളച്ചുമറിച്ചു
അവിടെ നിങ്ങൾ!

ചിന്നാളപ്പട്ടു ചേലയുടെ
തുമ്പുകൾ ജ്വലിക്കും വെയിലിനെ
തീപ്പിടിപ്പിച്ചു.
മലഞ്ചെരിവിലോരത്ത്
അപമാനിതരായ ലായങ്ങൾ
മുഖം കുനിച്ചു മണ്ണുനോക്കി
ഒരിക്കൽ മാത്രം പീലി ചലിപ്പിച്ചു.

നിങ്ങടെ അമ്മമാരും രോഗാതുരരായ
പിതാക്കളും മുത്തശ്ശിമാരും
നഗ്നത മറയ്ക്കാൻ തുണിയില്ലാത്തതിനാൽ
കീറിയ ലായച്ചെറ്റകളെ ഉടുപ്പാക്കി.

കുഞ്ഞുങ്ങൾ ഏതോ മരുപ്പറമ്പിൽ
കശുമാങ്ങ പെറുക്കാൻ പോയിരുന്നു.
ഞങ്ങടെ കയ്യിലൊതുക്കിയ
ചെറിയ കുറിപ്പുകുറ്റികളിൽ
പലതും കണ്ടും കേട്ടും എഴുതേണ്ടതുണ്ടായിരുന്നു
അപ്പോഴാണ് കൂട്ടംകൂടി നിന്ന
ഇടിവെട്ടിപ്പൂക്കളായതു നിങ്ങൾ
നിങ്ങടെ ചുവടുകൾക്കു പൊള്ളലേറ്റിരുന്നു.

നിങ്ങടെ ഉടയാടകൾക്കു തീ പിടിച്ചിരുന്നു.
ചായക്കുന്നുകളുടെ മോന്തായങ്ങൾ
വെയിലിൽ കുളിച്ചുനിന്നാകാശത്തെ
കുളുർപ്പിക്കാനോങ്ങി
പിന്നീട് ഇടിവെട്ടിയത് നിങ്ങടെ
തൊണ്ടകളിലാണ്.

ഒറ്റക്കാലിൽ നിന്നു കറങ്ങി
നിങ്ങൾ നൃത്തമാകുന്ന
തപസ്സിലാണ്ടു.

പറക്കുന്ന ചേലത്തുമ്പുകൾക്ക്
മീനവെയിൽ തീപ്പറ്റിച്ചു.
അതാ വരുന്നു നമ്മുടെ
കണ്ടനയ്യൻ! പിടിക്കവനെ
കനകമാലയുടെ ഉഗ്രമായ പോർ
വിളി കേട്ടു നഗരത്തിലെ
ഭരണാധിപരും ചേവുകക്കാരും
നടുങ്ങിവിറച്ചു.

ഒന്നും സംഭവിച്ചിട്ടില്ലാത്ത മട്ടിൽ
കണ്ടനയ്യൻ വരിപ്പുസ്തകം
കക്ഷത്തിലിറുക്കി, കരുതിവച്ച
ഒരു ചിരിത്താക്കോൽ ഊരിയെടുത്തു.

പെങ്ങന്മാരേ!
മിണ്ടരുത്! ആദ്യം നിന്റെ

വരിപ്പുസ്തകം കാട്ടിലെറിയൂ.
ദല്ലാൾപ്പണിയുടെ
വെള്ളിക്കോല് താഴ്വരയിൽ
ചെന്നു ശയിക്കട്ടെ.
കണ്ടനയ്യൻ മലച്ചു വീണു.

എഴുന്നേൽക്കാൻ വയ്യാത്ത
മണ്ണിനെ അവർ, പെണ്ണുങ്ങൾ
കോപിച്ചലറുന്ന തിരമാലകൾക്കുമേൽ
മറിച്ചു.

ഓടെടാ, ഞങ്ങടെ ലയങ്ങളെ
മൃഗലായങ്ങളാക്കിയ
നിനക്കിവിടെ കാര്യമെന്ത്?

ഞങ്ങൾക്ക് അമ്മ തന്ന വാക്കുണ്ട്;
നാക്കുണ്ട്,
നടപ്പും നടനവൈഭവവും ഉണ്ട്

കണ്ടനയ്യന്റെ കാൽ മരങ്ങൾക്കിടയിലൂടെ
ചോർന്നു ചോർന്നു മലയടിവാര-
ത്തിലെത്തി മറഞ്ഞുപോയി.

അധികാരസ്ഥർ ഇരിപ്പിടങ്ങളുടെ
കാലുകളിലേക്ക് ഒളിഞ്ഞുനോക്കി.
നെഞ്ചത്തെ പോക്കറ്റിന്മേൽ കയ്യമർത്തി.■

കാത്തിരിപ്പ്

കാത്തിരിക്കുന്നു ഭവാനെ
ജനിച്ച നാൾ മുതലിന്നോളം.

ദിനരാത്രങ്ങളെത്ര മറിഞ്ഞു
അവസാനത്തെ താളിലെത്തി നിൽപ്പൂ
എന്റെ ചേതന, കൺവെളിച്ചം.

ആശിച്ചതത്രയും കണ്ടീലെന്നാൽ
അനന്തം കാഴ്ചകളെത്ര, വിചിത്രം!

ഒരു പാറക്കുന്നുകേറ്റവും
ഇടവഴിയിലൂടെയോട്ടവും
ഒരു നെടുമ്പുരയ്ക്കു കീഴിൽ
അക്ഷരവുമക്കവും പെറുക്കലും
ഏട്ടനും ഏടത്തിയുമാകും
ടീച്ചർമാരും
അവരുടെ മൃദുമന്ത്രവും
കേട്ടു രസിച്ചു കഴിച്ചല്ലോ

ഒരു മുഖവുമിതുവരെ മറന്നീല
എന്നാലൊരു ചരിത്രകാരൻ,
ഒരു ചിത്രകാരി, ഒരു നാടകക്കാരൻ,
ഒരു മഹാഗണിതക്കാരൻ,
ശൂരനാം, അബൂബക്കർ മാഷ്
കീഴ്ത്താടി വിറപ്പിച്ചു
കുഞ്ഞുങ്ങളെ ശാസിപ്പവൻ

എന്നാലുമവർ ചിരിച്ചേ മടക്കുന്നു
അരിശത്തിന്നമ്പുകളെ വിനോദത്താൽ.
ഗണിതത്തിൽ നൂറിൽ നൂറും
അളന്നുതന്ന ഗുരുവര്യൻ.

ജീവിതപ്പടവുകൾക്കു കൃത്യം കുറിച്ചവൻ
എയ്ത അമ്പുകൾക്ക് ലക്ഷ്യം ചൂണ്ടിയവൻ
ചിത്രത്തയ്യലിൽ കവിതയുടെ
ആദ്യപാഠം തയ്ക്കാൻ
പഠിപ്പിച്ച
നളിനിടീച്ചർ, എന്നേ
ജീവിതം മറിച്ചിട്ടു.

വേണ്ടപ്പെട്ടവരാരുമില്ലാത്ത
സുന്ദരി, വിടചൊല്ലാതെ
യൗവനത്തിന്റെ മദ്ധ്യ-
പ്പടവിൽ വിടപറഞ്ഞുപോയ്
അവർ പഠിപ്പിച്ച ചിത്രത്തയ്യൽ
പാഠങ്ങൾ തുന്നിയ തലയണ ഉറകൾ
തൂവാലകൾ, കുഞ്ഞുടുപ്പുകൾ
ഇന്നും ഉറങ്ങുന്നു

വഴങ്കാലത്തിൻ തുണിമാറാപ്പിൽ
ഒന്നും ചിതലരിച്ചതില്ല
ചിതൽ തീണ്ടാത്തൊരു
ജീവിതത്തിന് ഭഗവാനെ നന്ദി! നന്ദി! ■

മഴപ്പാറ്റകൾ

ഇന്നലെ രാവിൻ ദീപക്കാഴ്ചയിൽ
ഭൂമാതാവിന്റെ നെഞ്ചകത്ത്
മാളങ്ങളിൽ പുതച്ചു മയങ്ങും
മഴപ്പാറ്റകളുണർന്നല്ലോ?
പൂക്കുറ്റിപോൽ ചിതറിവെയിൽച്ചോപ്പിലേക്ക്.

അപ്പോൾ വീട്ടുമ്മറങ്ങളിൽ വിളക്കു തെളിഞ്ഞു
അപ്പാടെ തിരി മങ്ങി, പാറ്റകളെ തോല്പിക്കാൻ
ഒരു ബാലികമനസ്സുമങ്ങി
വിളക്കൊന്നു തെളിയിക്കുന്നു.

തളികയിൽ ജലം പകർന്നു
കൽദീപം നടുവിൽ വയ്ക്കുന്നു.

ഉത്സവം, ആറാടാൻ
പാറ്റകൾ ആറാട്ടിന്ന്
പറന്നടുക്കുന്നു.

ആനന്ദത്തീർപ്പിൻമൂർച്ഛയിൽ
ദീപാരാധന നടത്തുന്നു
പിന്നെയാത്മതർപ്പണം
പാലാഴിയിലന്ത്യത്തിൽ
സൂര്യനെന്നപോൽ. ■

കാലവർഷം

മഴയുടെ എഴുന്നള്ളത്തിൻ
മഞ്ചൽ മൂളുന്നു കാനനത്തിൽ
മുടിയഴിച്ചാടുന്നു വനകന്യകകൾ
വനവാസികളാകും ജീവജാലങ്ങൾ
മഹോത്സവത്തിന്റെയുത്സാഹത്തിൽ
പൊന്തകളിൽനിന്നു വെളിമ്പറമ്പുകളിലേക്ക്
മരക്കൊമ്പുകളിൽനിന്ന് കീഴേയ്ക്കും മേലോട്ടും.
പറവകളിൽ കുഞ്ഞിക്കിളികളുടെ
ഓമൽച്ചിരികൾ, കൈകൊട്ട്, നെട്ടോട്ടം,
തിരിഞ്ഞോട്ടം, കൈകോർത്തു വട്ടം ചമയ്ക്കൽ
എയ്ത്തമ്പിൻ പുറകെ പിടഞ്ഞോട്ടം

കൊടുങ്കാറ്റുകൾ മുരളുന്നതും
മുളങ്കാട്ടിൽ തത്തക്കൊഞ്ചലും
അനുകരിച്ചാനന്ദിക്കുന്നു
കാട്ടുമക്കൾ, മനുഷ്യക്കുഞ്ഞുങ്ങൾ
അവർക്കും പറക്കും, തുള്ളും
മാൻകിടാക്കൾക്കുമെന്തു മാറ്റത്തം.

ഭൂമിയിലെ ജീവനെല്ലാം
ഒരേയൊരുൾത്തുടുപ്പ്
കൈകൊട്ടുന്നു, ചിരിച്ചാർക്കുന്നു
പരസ്പരം കെട്ടിപ്പിടിക്കുന്നു,
മൽപ്പിടുത്തം, ആരവം.
ആരും ജയിക്കുന്നീല, മനുഷ്യരും
മൃഗങ്ങളും.

പകലോൻ, വാസരാന്തത്തിന്റെ
ആലസ്യത്തിൽ
പുഞ്ചിരിച്ചേ നിൽക്കുന്നു
കുന്നിന്മുകളിൽ, സിംഹാസനമേറാൻ
കാത്തുനിൽക്കുന്നു.

തിരിച്ചെഴുന്നള്ളത്തിനു
മുഹൂർത്തമാകുന്നു
രാജ്യഭാരം കിഴക്കും പടിഞ്ഞാറും
തുല്യമെന്നു നിനയ്ക്കുന്നു.

ഒരേയൊരു കിളിദമ്പതികൾ
കൊറ്റിനുള്ളതു തേടി വൈകിപ്പോയ്
പടിഞ്ഞാറു നിന്നു മൃദുലമാം വിരലുകൾ
നീളുന്നു, തലോടുന്നു
കൂട്ടിലേക്കു മടങ്ങുക, കുഞ്ഞുമക്കളെ
കാറ്റും പേമാരിയും അടുത്തെത്തി
സൈന്യം കോട്ട വളയും മുമ്പ്
പുറത്തു കടക്കുക, സൂര്യൻ കണ്ണു മിഴി ചായ്ക്കുംമുമ്പ്
ദിശ തേടുക, മിന്നൽ വാളിളക്കുന്നതു കണ്ടില്ലേ!

വിശപ്പു തീർന്നാലുമില്ലെങ്കിലും
വീട്ടിലേക്കു മടക്കമാണന്ത്യത്തിൽ
അതാണു ശുഭം മക്കളെ,

ഭൂമിമാതാവിന്റെ ആലിംഗനം
പിടിയയയ്ക്കുന്നു, വിടുന്നു.
മക്കളുടെ മടക്കം നോക്കി
നെടുവീർപ്പിടുന്നു.

പൂക്കളും കായ്കളും

പൂക്കളെല്ലാം വാടുന്നു,
വിത്തുകൾ, തണ്ടിനെ മുറുകെ
ആലിംഗനം ചെയ്യുന്നു.
ഞാൻ വിട്ടുപോവില്ലെന്നമ്മയുടെ
മടിത്തട്ടിനെ നിശ്ചയം! ■

ഒരു വൈഷ്ണവ ഗായകൻ

മാഘമാസപ്പുലരിയിൽ
മുറ്റത്തൊരു മധുരഗാനം
അവാച്യമാം വേണുഗാനം
മാധവൻ വന്നു മുറ്റത്തെന്നോ!
അടുക്കളപ്പാത്രങ്ങളടച്ചു,
കൈകഴുകിയുമ്മറത്തേക്ക്
ആളൊഴിഞ്ഞ കസേരയിൽ
ഒരു പാഴില വിശ്രമിപ്പൂ.

ഗായകൻ തിരിഞ്ഞിടംകണ്ണിട്ടു
നോക്കുന്നു, ഗാനം നിർത്തുന്നില്ല
വഴിപാടു മുടക്കാതെ, മീട്ടുന്നു മണിവീണ.
ഒറ്റനോട്ടത്തിൽ വൃന്ദാവനത്തിൽ
നിന്നിറങ്ങി നേരെ വന്നവനോ?
എവിടെ നിൻ വൃന്ദാവനം,
പശ്ചിമ പർവ്വതത്തിനപ്പുറം
കിഴക്ക്, കിഴക്കൊരു ദേശമോ?
വടക്കൊരു കടൽത്തീരമോ?

കാത്തു നിൽക്കുന്നു ഗാനം തീരാൻ-
അല്ല, തീരല്ലേയെന്നു പ്രാർത്ഥന.
കേട്ടിട്ടെത്ര നാളായി!
ഇതുവരെ കണ്ടതുമില്ല, നിന്നെ.
പാട്ടു തീർന്നൊരു നെടുവീർപ്പിൻ

പ്രാർത്ഥനയിൽ, വീണ തളർന്നു കൈത്തുമ്പിൽ
ഒരു നാണ്യം നീട്ടുന്നു, ഞാൻ
ഒരു ചെറുദക്ഷിണ, സ്വീകരിച്ചാലും സോദരാ
എന്റെ മനസ്സു വരളാൻ തുടങ്ങുമ്പോൾ
മേലിലും വരിക സോദരാ.
പാതി തുറന്ന ചുണ്ടിലൊരു അർത്ഥന
ഒരു ചേല തരൂ സോദരീ.
ഭാര്യയെവിടെയുണ്ട്?
പത്നിയല്ല പെറ്റമ്മ
നഗരത്തിലൊരു വഴിമരച്ചോട്ടിൽ മാറ്റി-
ഉടുക്കാൻ കീറാത്ത ഒരു ചേല മാത്രം, പഴയത്-
വാങ്ങാൻ കാശില്ല.

ഞാനകത്തു പോകുന്നു
അപ്പോൾ കുളിച്ചീറൻ മാറി
ചുറ്റിയ ചേല, കോട്ടൺ, ദേഹത്തിൽ
ചുളിയാതെ കിടപ്പുണ്ട്.

മന്ദഹസിക്കുന്നു, മനം ചൊല്ലുന്നു
കൊടുക്കരുത് പോളിയേസ്റ്റർ മാത്രം
കൊടുക്കൊരു പരുത്തിച്ചേല,
അമ്മയുടെ ദേഹത്തിൽ ചുറ്റിയത്
ബംഗാളിക്കോട്ടൺ, പഴയതെന്നാലും
പുതുക്കം വിടാത്തത്, അലക്കിയത്
ഒരു പൊടിയും പറ്റാത്ത
മനസ്സു പോലെ
അകത്തു ചെന്നു ചേല ചുറ്റഴിച്ചു
മടക്കി വെടിപ്പാക്കി, ഒറ്റപ്പൊടിയുമില്ല.

പുത്തനെന്നു തോന്നിക്കും ശുദ്ധകോട്ടൺ
മടക്കിയൊരു പേപ്പർസഞ്ചിയിൽ
നീട്ടുന്നു, ഉമ്മറത്തു ചെന്നു വേഷം മാറി
പൊടുന്നനെ
കൈനീട്ടി യുവാവു ചൊല്ലുന്നു

ശിശിരം വാതിൽക്കൽ
തൊട്ടു വിളിച്ചുണരുന്നില്ലേ?
പകലോനാരേയും
കാത്തുനില്പില്ല ചങ്ങാതീ
ഒഴുക്കു നോക്കി മന്ദസ്മിതം
തൂകും രശ്മികളുടെ വിരൽ പിടിച്ചു
എന്നാൽ ദത്തനായി ദിശാമുഖം
താറാവ് നീന്തുന്നു.

അലകൾ മന്ദം ചിരി തൂവുന്നു
പുല്ലുണർന്നു, കാറ്റാടുന്നു
നൃത്തം ചെയ്വൂ തീരമരങ്ങൾ
അണ്ണാന്മാർ അഭ്യാസത്തിൽ
കീഴ്മേൽ, മേലുകീഴായും
നിർത്താതെ ജീവസഞ്ചാരം
മുടങ്ങാതെ പ്രയാണം
ഭഗവാൻ സൂര്യൻ
ഇടങ്കണ്ണിട്ടു മരക്കൂട്ടത്തിൻ
സംഘതാളത്തിന്നു ചെവിയോർക്കുക

താഴെ ചതുപ്പിനെയുറക്കുന്നു
നീരൊഴുക്ക് ദിനകൃത്യത്തിൽ
ആണ്ടു മുങ്ങുന്നു മീനുകൾ
ആഹ്ലാദനൃത്തം ചെയ്യുന്നു
വിശക്കുന്നൊരു താറാവ്
കാന്തനെക്കാത്തു മന്ദതയിൽ
ഒഴുക്കിനെ വെല്ലാൻ നീന്തുന്നു
എന്നാൽ തിരിഞ്ഞു നോക്കുന്നു.

എവിടേക്കാണീയോട്ടം?
കാന്തൻ ചോദിക്കുന്നിണയോട്.

കാണ്മീലെ ശൈത്യം വാതുക്കൽ
കൊട്ടി വിളിപ്പതു കേൾപ്പീലെ?

മഞ്ഞച്ചേല മടക്കുനീർത്തി
ഭൂമിദേവി ചുറ്റുന്നു, ഞൊറിയുന്നു
കയ്യാലെ ഇളംകാറ്റ് ചിരിയോടെ.
ഒരു നീർക്കോലി, വൈകിയുണർന്നോൻ
വെപ്രാളത്തോടെ കുതിക്കുന്നു
ഒഴുക്കിന്നെതിരെ മുറിക്കുന്നു
ഗതിവേഗത്തെ ജാഗ്രതയിൽ
പളുങ്കുപോലെ തെളിയും
ജലപടത്തിന്റെ കൗതുകത്തിൽ
തണൽ വിട്ടു പറക്കുന്നു

പൂമ്പാറ്റകൾ, കൺതുറക്കും
പൂക്കളെ മുത്താൻ
എന്തൊരാശ്ചര്യമീ
മരച്ചോലയും കാടും നീരും
വിരിച്ചു കിടക്കു മദാലസയാം
പുൽത്തകിടിയും മനുഷ്യഗേഹവും
ഇന്നു സൂര്യന്റെ അവധി ദിനം
കനിഞ്ഞരുളിത്തന്നത്.

ആഘോഷിക്കാം പ്രിയേ, നമുക്ക്
കടൽത്തീരത്തേക്ക് പോവുക

യുവാവ് ചൊല്ലിയുണർത്തുന്നു
കാമിനിയോടു പറയുന്നു,

ഇന്നടുക്കള തുറക്കേണ്ട
പുറത്താവട്ടെ പ്രഭാതാന്നം!

അണിഞ്ഞൊരുങ്ങുന്നു യുവയുഗ്മം
കതകടച്ചിറങ്ങുന്നു
ആത്മാനന്ദമനുഭവിക്കാൻ
ആഹ്ലാദം പുതച്ചുവണ്ടിയിൽ.

ഗ്രാമപാതയോരത്ത്
ഉറക്കം വിടാത്ത വണ്ടികൾ
ഉറക്കം നടിക്കുന്ന ഗേഹങ്ങൾ
രാവിനും പകലിനുമിടയിലെ
പ്രഭാതമയക്കത്തിലുലകം
എന്നാൽ ചൊല്ലുന്നു ബാലസൂര്യൻ
അമ്മേ, നമ്മ്ളാ ഇനിയുമാരുറക്കം?
വിളിക്കാമുണർത്താമെന്നും.

ഒരു കാറ്റ് കാര്യസ്ഥനായി
ഇറങ്ങി വരുന്നു.
എല്ലാരുമുറക്കം വെടിഞ്ഞല്ലോ
കർമ്മാളരാം നമ്മളും പെട്ടെന്നുണരുക!

ഗോശ്രീപ്പാലം

മിഷേൽ!
നീയൊരു പ്രണയനിലാവായിരുന്നു
കീഴെ, പാലത്തിന്റെ കാലുകൾക്കിടയിൽ
ചരിത്രം ഉപേക്ഷിച്ച അടിമത്തത്തിന്റെ
ചളി പുരണ്ട കഥകൾ.
പുരുഷമേധാവിത്തത്തിന്റെ പുറംകാലുകൾ.
ധനഗർവ്വിന്റെ ഊർജ്ജപ്രകടനങ്ങൾ, സുനാമികൾ
ആർത്തിയുടെ പേപിടിച്ച ഓട്ടം.
പുറകെ, നിന്റെ പ്രിയ മാതാപിതാക്കളുടെ
മടിത്തൊട്ടിൽ, മെത്ത വിരിച്ച
കുറുകിയ കാലുകളുള്ള തൊട്ടിലിന്റെ
വേലിക്കെട്ട്.
അതിന്നു മേലെ മുറുക്കിയ കയററ്റത്ത്
നിന്റെ കിടപ്പിടത്തിന്റെ ആകാശം
ഒരു കൂരയുടെ മോന്തായം
അപ്പുറമൊരു ജീവിതസാഗരം
സാഗരത്തിന്റെ മേലെ വിരിച്ച
ആശകളുടെ നീൾപ്പരപ്പിൽ
നിന്നെ ആലോലമാട്ടിയ
അമ്മയുടെ കൈകൾ
നിന്റെ കവിളിലേക്ക്
ആദ്യം ഇറ്റുവീണത് അമ്മയുടെ
കണ്ണിലെ മഞ്ഞുമണി, ഉഷ്ണമണി!

നീ കുഞ്ഞുകയ്യുകളുയർത്തി
തൊട്ടിലിന്റെ വേലിക്കെട്ടിൽ നിന്ന്
വേലി പൊളിച്ചു തുറന്നാകാശത്തിലേക്ക്
പറക്കാൻ മോഹിച്ചു.
കരഞ്ഞു വിളിച്ചു.
പൊക്കിയെടുത്തമ്മ ഒക്കിൽവച്ചു
ആ നേരത്തും നീ പാതിയടഞ്ഞ
വാത്സല്യത്തിന്റെ
വാതിൽ തുറന്നു പുറത്തേക്കോടാൻ
കുഞ്ഞുകൈകൾ നീട്ടിപ്പറന്നു.
അതാ ഒരു പാലം. പുതുത്.
ഗോശ്രീ - കടലാഴങ്ങളിലെ
നീലച്ചെളിക്കു മീതെ
പുതിയ നിലാവ് വിരിഞ്ഞു
പാലത്തിന്റെ ആക്കരെ
വൻകരയുടെ പൂന്തോപ്പുകളിൽ നിന്ന്
ഒരു കാണാനരുതാത്ത സൗന്ദര്യലോകം
നിറങ്ങൾ, പൂങ്കുലകൾ, മണിമന്ദിരങ്ങൾ
ലോകം!
സുഗന്ധവാഹിയായ പലതരം കാറ്റുകൾ
സ്കൂൾസ്സഞ്ചി വലിച്ചെറിഞ്ഞു
നീ അക്കരെ പാഠശാലകളുടെ
കൊടിമരങ്ങൾ കാറ്റിന്റെ കയ്യുകൾ വീശി
മാടിവിളിക്കുന്ന കണ്ടു.
വാഗ്ദാനങ്ങളുടെ വണ്ടി വരുന്നു
യൗവനത്തിന്റെ വീര്യം വിങ്ങുന്ന
യുവാക്കളുടെ ലോകം
സ്മാർട്ടായ ടെക്കികൾ, പുതുലോകം പണിയുന്നവർ
വണ്ടി കുതിച്ചു വരുന്നു നിന്റെ നേർക്ക്.
പാലം ഒന്നേയുള്ളൂ, ഒരാറ്റ വരിപ്പാലം
നിനക്കു രക്ഷപ്പെടാനുള്ളത്
പുരാതനമായ കറുത്ത ചെളിക്കുണ്ടിൽ നിന്ന്

മതത്തിന്റെ ജാതിയുടെ ജന്മനക്ഷത്ര-
ങ്ങളുടെ ജനനക്കുറിപ്പിൽ നിന്ന്,
സ്ത്രീധനമെന്ന വിഷപ്പുകയിൽനിന്ന്
മത്സരങ്ങളുടെ ഒടുങ്ങാത്ത
ഒറ്റവരി നടപ്പാതയിൽനിന്ന്
എതിരെ വരുന്ന
ദീർഘദൂര ശകടത്തിന്റെ
ഹുങ്കാരത്തിൽനിന്ന്
നിന്റെ ആത്മാവ് രക്ഷപ്പെടാൻ കൊതിച്ചു
മുമ്പിലെ പാലത്തിന്ന് ഒറ്റവരിമാത്രം
പ്രണയത്തിന്റെ നിലാക്കാഴ്ച മന്ദീഭവിപ്പിക്കുന്നു
തിരിഞ്ഞോടാൻ സമയം പോരാ
തിരിയാൻ പോലും നിമിഷപ്പാതിയില്ല
എനിക്കൊളിക്കണം അമ്മേ.
നിന്റെ കരച്ചിൽ കേൾക്കാൻ
പിളർന്ന മാറോടെ അമ്മയെവിടെ?
വാരിപ്പുണരാൻ കാറ്റിനു കൈയില്ല.
നവീനടെക്കികളുടെ മകുടമണിയായ
നവകാമുകൻ വണ്ടിയിലിരുന്നു
കൈനീട്ടുന്നു.
ഗോശ്രീപ്പാലത്തിന്റെ
കടയ്ക്കൽ, കാലുകൾക്കിടയിൽ
യുഗങ്ങളായി ഊറിക്കൂടിയ
കായലാഴങ്ങളിൽ
പൊടുന്നനെ പുളഞ്ഞ നിലാവെട്ടം
ഉളവാക്കിയ നാഭിച്ചുഴിക്കു
നീ നിന്നെത്തന്നെ സമർപ്പിച്ചു
നിന്റെ ആത്മാവിനെ രക്ഷിച്ചു. ■

മഴ പെയ്യുന്നു

മഴ പെയ്യുന്നത് ആർക്കുവേണ്ടി?
എനിക്കും നിനക്കുമല്ല.
ഈ ഭൂമിയാകുന്ന നമ്മുടെ തറവാടിന്റെ
ഭാവിക്കും വർത്തമാനത്തിനും വേണ്ടി

ഒരു ഭൂതകാലം, ഭൂമിയോളം പഴക്കമേറിയത്
ഈ മഹാമാരിക്കുണ്ടായിരുന്നു.

സൂര്യഭഗവാൻ നാളേക്കു വേണ്ടി
ജലാശയങ്ങളിലെ നീരെല്ലാം
തന്റെ പത്തായങ്ങളാകും
മേഘപാളികൾക്കിടയിൽ
കരുതി വയ്ക്കുകയായിരുന്നു.

നിനക്കു സന്തതിപരമ്പരയുണ്ടാവുമെന്നു
ഒരു കൈകൊടുത്തു ഭാവിയെ
വിരലിൽപ്പിടിച്ചു നടത്താനും
മഴ വിരലുകൾക്ക് ജന്മം നൽകി
കരുത്തും കരുതിവയ്പ്പീന്നു
ദീർഘക്കാഴ്ചയും നൽകി
നിനക്കു പാർപ്പിടമായും
അന്നമായും
ഈ ഭൂവിനെ രക്ഷിക്കാൻ
മഴയ്ക്കു ചാരിത്ര്യം നൽകി

കടൽ കുടിച്ചു ആവിയായി
പുറത്തുവിടുന്ന നീരിനെ
മേലെ നിൽക്കും മേഘങ്ങളുടെ
പത്തായത്തിലടച്ചു കാത്തു വച്ചു.
കാറ്റിൽ, താഴ്വരകൾ വരളുമ്പോൾ
വടവൃക്ഷങ്ങൾ ചിണ്ടു വീണ്ടും
വേര് വേദനിച്ചും വാ പിളർത്തി
മുടിയഴിച്ചാർത്തു നിലവിളിക്കുമ്പോൾ
ലേശം തണുത്ത വിരലുകൾ നീട്ടി
മഴക്കോളു പറഞ്ഞു.

അടങ്ങുക നീ-
നിന്റെ അനുഗ്രഹമായിരുന്ന
നീരൊഴുക്കിനെയെല്ലാം
നീ കളിച്ചും കിളച്ചും
അഴുക്കിൽ കുഴച്ചും
നീറ്റിന്റെ പുണ്യം
കലക്കിയും
ജീവാണുക്കളിൽ വിഷം ചേർത്തും
ദുഷ്ടമാക്കിയപ്പോൾ ഓർത്തില്ല
ഈ പ്രാണനീര് എന്നും ജീവനമാകാലത്ത്
ഓരോ ജീവനും പ്രാണി-പക്ഷിമൃഗങ്ങളും
ബുദ്ധിമാനായ മാനവനും
ചുമ്മാ കിട്ടിയ ഭൂദേവിയുടെ ധനത്തെ
പുച്ഛിച്ചു, വേദനിപ്പിച്ചു
മാറാൻ മടിക്കുന്ന മുറിവുകളേല്പിച്ച്
നിഷ്ക്കരുണം, നീ നിന്റെ പുണ്യങ്ങൾ
അഴുക്കിലെറിഞ്ഞു
പടിയറങ്ങിപ്പോയ പാതകളത്രയും
ഏതു പൊട്ടക്കിണറിൽ, നരകത്തിൽ
ചെന്നു മരണം വരിച്ചെന്നു
നീയോർത്തില്ല.

മനുഷ്യാ, നീ എന്നാണ് ഒരു തന്നത്താൻ
രമിക്കും ജീവിയാകാമെന്നു കൊതിച്ചത്?
ഒരിറക്കു ദാഹജലം കിട്ടാതെ
നിനക്കൊരു പകൽ താണ്ടാൻ പറ്റുമോ?
ഒരു രാവിന്റെ നിദ്ര നിൽക്കുമോ?
നിന്റെ പത്തായങ്ങളിലുള്ള
കരുതലിന്റെ പ്രാർത്ഥനാബിന്ദുക്കളുടെ
നാളെയെന്തെന്നു നീയോർത്തുവോ?
നിന്റെ അതിരുകൾ വിഡ്ഢിയായ
നീ തന്നെ നിർണ്ണയിച്ചില്ലേ?
മക്കൾക്കു മാത്രം-
അതിന്നു ശേഷം നീയില്ല?
തന്റെ കാലം തന്റേതല്ല?
വഴിയടക്കരുത് എന്നു
നീ ചിന്തിച്ചില്ല.

ഭൂമി അപാരതയുടെ ബിംബമല്ല
വഴികൾ തുണ്ടം തുണ്ടങ്ങളായി
മുറിഞ്ഞു കിടക്കുന്നു.
കുറുകെ മുറിഞ്ഞ വിടവുകളെ
പാല കൊണ്ടാരു നികത്തും?

ദൈവം അകലെ നിന്നു
നിന്നെ, നിന്റെ ചലനത്തെ,
ചെയ്തികളെ, ദുഷ്ടുകളെ
ഹിംസ്രമാർഗ്ഗങ്ങളെ കാണുകയില്ലെന്നൊ?

നീ പഠിച്ച വേദങ്ങളെല്ലാം
കാലം വെടിഞ്ഞ വൈക്കോൽക്കെട്ടുകളോ?

നിന്റെ പ്രണയകാലത്ത്
നീ വെടിഞ്ഞ നിന്റെ സ്വന്തം
കാടത്തത്തെ ആരുണർത്തി?
അതു തീർത്തും ചത്തു പോയോ?

നിന്റെ പരിശ്രമങ്ങളെല്ലാം
നിന്റെ തുഴത്തോണികളും
ചങ്ങാടങ്ങളും കപ്പലുകളും
ഏതേതു തീരത്തു പെട്ടു പോയി?

നിന്റെ തുറമുഖങ്ങളുടെ
പടിവാതിലുകൾ
നീ തന്നെ അടച്ചു പൂട്ടി?
അത് വിഡ്ഢിത്തം, അജ്ഞാനം.
ജ്ഞാനത്തിന്നു ഒരു മഠയന്റെ വീടു വേണ്ട
താവളമടിക്കാൻ
ജ്ഞാനത്തിന്റെ വഴികൾക്ക്
സ്ഥിരം തങ്ങാൻ വഴിയമ്പലമില്ല.
അത് സദാ ചലിച്ചുകൊണ്ടിരിക്കുന്നു
മനുഷ്യന്റെ ഹൃദയത്തിൽ, പരമ്പരകളുടെ
പാരമ്പര്യം നിലനിർത്താനുമുയർത്താനും
ജ്ഞാനത്തിന്റെ പുത്തൻവിത്തുകളായി
വീണ്ടും ഇരട്ടി ഊക്കിൽ വളർന്നുയരാനും
ജ്ഞാനബീജങ്ങൾ മനുഷ്യന്റെ വിത്താണ്
അതിന്റെ മുളകരിക്കാൻ
ഒരു പടയ്ക്കും പടയാളിക്കും കഴിയില്ല.
നിന്നെപ്പോലെ വിവേകം മുഷിഞ്ഞു
ഇനി വലിച്ചെറിയാം.
ഉപയോഗിച്ച് കുപ്പയിലെറിയേണ്ടത്
മനുഷ്യമഹാജന്മത്തിന്റെ
പൗരാണിക വഴികളിലെ നേട്ടങ്ങൾ.
ഭൂമിയുടെ ഹൃദയാന്തരാളത്തിൽ
അടിത്തറ പാകിയ ജീവൻ
എണ്ണപ്പെട്ട നാളുകളുടെ
ഇളകും സമ്പത്തെന്നു നീയറിയും
ഇതാ കാലം, മെല്ലെ മെല്ലെ, സ്ഥിരചിത്തതയോടെ
ഉറച്ച കാൽവയ്പ്പോടെ

മഴയെ, പ്രളയത്തെ, കാറ്റിനെ,
ചുഴലികളെ, കഠിനവരൾച്ചകളെ
ജീവന്റെ വരണ്ടുണങ്ങി
നാശമടയാൻ ഒരുങ്ങുന്ന മൃതചിഹ്നങ്ങൾ
എടുത്തണിയുന്നത് നീ കാണുന്നല്ലോ.
നിനക്കൊന്നും ചെയ്യാൻ ഇന്നു
കരുത്തില്ലേ? ഈ ഭൂമിനിന്‍
തേഞ്ഞമർന്ന കാല്‌പാദങ്ങൾ
തുറമുഖങ്ങളിൽ നിന്റെ നിലനില്പ്
സ്ഥാപിച്ചു കാലത്തിന്റെ
ചലനത്തിൽ അടിഞ്ഞുപോയ
കപ്പലുകൾ, കപ്പൽച്ചാലുകൾ
ഓർമ്മ നശിച്ച നിഴലുകളായി
ചരിത്ര പൗരാണിക പൈതൃകമായി
കപ്പൽച്ചേതത്തിന്റെ തുറമുഖങ്ങൾ
ബാക്കി വച്ചു നിഷ്ക്രമിക്കുന്നു? ■

കുന്നുമ്പുറത്തെ വീട്

ഒറ്റയാനെപ്പോലെ നിൽക്കുന്ന
ഒരു ഇരുനിലമാളിക.
അയൽക്കാരെല്ലാം ആനപ്പൊക്കത്തിന്നു താഴെ
കുന്ന് ചരൽക്കല്ല് വറുത്ത് ഇടവഴിയുടെ
മെലിഞ്ഞ നിഴലുകളുടെ
മനുഷ്യരെ നടന്നുപോകാനനുവദിച്ചു.
വേനലന്തികളിരുട്ടുമ്പോൾ
ഓലച്ചൂട്ടുകളോരോന്ന്
തലയ്ക്കു മേൽ വീശി
നടക്കാനിടമുണ്ടാക്കി.

പേമാരി പെയ്തൊഴിയുന്ന
കർക്കട-മിഥുന മാസങ്ങളിൽ
കുളിച്ചു കുറിയിടാതെ നിൽക്കുന്ന
യുവാക്കളെപ്പോലെ അനുസരണക്കേട്
ചീകാത്ത തലമുടിയിലും ഉടുത്ത തുണിയുടെ
അലസതയിലും പ്രകടിപ്പിച്ചു.

ബീഡിപ്പുകയുടെ അകമ്പടിയോടെ
കടന്നുപോകുന്നു
വേലുനായരുടെ പുന്നാര പേരക്കുട്ടി
താമോദരനെന്നു മുത്തച്ഛന്റെ
വിളിയനുസരിച്ചു
വെയിലാറി, അന്തിക്കണ്ണുകൾ
ആകാശത്തിന്റെ ചെരിവിൽ തുറക്കും മുമ്പ്
ഓലച്ചൂട്ടകളുടെ ഭാരക്കെട്ടു താങ്ങി

തന്റെ ഗ്രഹണി ബാധിച്ച പാദങ്ങൾ
ഭാരത്തോടെ നീക്കിവച്ച് നടന്നുപോകുന്നു.
കാഴ്ചയിൽ ദാമോദരനില്ല. കെട്ടച്ചൂട്ടു മാത്രം
കാട്ടിലകൾ പുറത്തേക്ക് വലിച്ചെറിഞ്ഞ
അതിന്റെ ലഘുഭാരം തന്റെ മദമായി നടിച്ചു

ഇടവഴിയിലൂടെ നടന്നുപോകുമ്പോൾ
കയ്യാലപ്പുറത്ത് ഞെട്ടിറ്റുവീണ
മാമ്പഴങ്ങൾ പെറുക്കി മാറ്റിവച്ചു
പറയുന്നു, ദാമോദരാ, തിരിച്ചുവരുമ്പോൾ
മാമ്പഴം പെറുക്കീ കൊണ്ടുപോ.
മുത്തച്ഛനുമമ്മയ്ക്കും നിനക്കും
മരുമക്കൾക്കുട്ടികൾക്കു തിന്നാനുണ്ട്.
പച്ചോലക്കൂട്ടിൽ പെറുക്കിവച്ചതാണ്.
മറക്കാതെ കൊണ്ടുപോ.
അന്തിമറയുമ്പോഴേക്കും കേടുവരേണ്ട

ഓ! പത്മാവതി ഏടത്തീ
ഇപ്പഴേ പുളിയൂറുന്നു നാക്കിൽ
മധുരം ഉതിരുന്ന രസം.
ഗോമാങ്ങ നാട്ടിൽ കിട്ടാതായി
ഞങ്ങടെ മാവെല്ലാം വെട്ടിവിറ്റു
മുത്തച്ഛൻ, നായ്പ്പല്ല് നിറഞ്ഞ
റേഷനരീം കൂടെക്കിട്ടുന്ന കമ്പത്തിന്റെ റവയും
മേടിക്കുന്നു. അതും ചെലപ്പോഴില്ല!

''പാവം പയ്യൻ'' അമ്മ പറയുന്നു.
സംബന്ധക്കാരൻ തിരിഞ്ഞു നോക്കാഞ്ഞാൽ
മക്കളുടമ്മയെന്തു ചെയ്യും?
നനയ്ക്കാൻ സോപ്പില്ലാതെ
വെണ്മ നശിച്ചുപോയ
ചർമ്മം പോലെ വെടിച്ച
കീറലുകൾക്ക് ഒളിക്കാനിടമില്ലാതെ
അമ്മേം ചെറ്യമ്മമാരും
ഇരുട്ടിനെ വാരിച്ചുറ്റി
തെങ്ങിന്റെ തടത്തിൽ വെയിൽ പഴുത്തു ശമിക്കാതെ

കാറ്റിന്റെ അന്തിത്തണുപ്പ് അരിച്ചുവരുന്നേരം
കിണറ്റുകരയിലെ പാലക്കള്ളിച്ചെടികളുടെ
മാറാല നിഴലിൽ നേരിയ ഇരുട്ടിൽ
ദേഹം സോപ്പു കാണാത്തതിനാൽ
നനച്ച കീറത്തുണിയാലുരച്ചും
പുടവതന്നവൻ അടുത്ത ഓണത്തിനു
കൊണ്ടുവരാവുന്ന ഉടുവസ്ത്രത്തെ സ്വപ്നം കണ്ടും
അലക്കുസോപ്പിന്റെ നേർത്ത കഷണത്തിന്റെ
പരുപരുത്ത നാക്കുകൊണ്ട് കൈകാലുകളിലുരച്ചും
അരയിൽ, നനച്ച ഒന്നരയാൽ മൃദുവായുരച്ചും
പഴകിയ കഞ്ഞിവെള്ളത്താൽ ഓമനിച്ചു വളർത്തുന്ന
തലമുടിനാരുകളുടെ നീൾച്ചയിൽ പതച്ചുരച്ചും
തല കഴുകി, ദേഹം തുടിച്ചു, ഇരുട്ടെന്ന അപരന്റെ
മുഖം നാലും ചുറ്റും പാർത്തു നോക്കി
കിണറ്റുകരയിൽ നിന്ന് പാതി മറഞ്ഞ മേനിയെ
സ്വന്തം മനസ്സിലേക്കു തിരുകിക്കയറ്റി
ഒരൊറ്റയോട്ടത്തിന്
തന്റെ സ്വന്തമെന്നു കരുതുന്ന ഇരുട്ടറയിലേക്ക്
ഒറ്റക്കൊള്ളിയാൻ കുതിപ്പ്.

എന്തുപറ്റിയെന്റെ നെഞ്ചകത്തിന്
വല്ലാതെയുലഞ്ഞുതെള്ളുന്നു.

പിറ്റേന്നു സൂര്യൻ തെങ്ങിൻതലപ്പിലേക്ക്
തളർന്ന ശിരസ്സൂന്നിനിൽക്കുമ്പോൾ
അമ്മുക്കുട്ടിയെന്ന അയൽക്കാരി
ഇടവഴിയിടുക്കിലൂടെ വീട്ടിന്റെ പിൻപുറത്തൂടെ
ഓടിയെത്തി.

പത്മാവതീ എന്തെങ്കിലും പണിയുണ്ടോ?
ഞാനൊരു കൈ സഹായിക്കാം.
പെറ്റെണീറ്റു പതിനഞ്ചു കഴിഞ്ഞതേയുള്ളൂ
മാറ് വറ്റി കുഞ്ഞ് പട്ടിണിയാവേണ്ട.
വെയിലീന്നുമാറ്, ഞാനടിക്കാം മുറ്റം

കുറിഞ്ഞി പെറ്റു

പുള്ളിക്കുറിഞ്ഞി പെറ്റല്ലോ
പശുവില്ലാത്തൊഴുത്തിൽ
അഴുകുന്ന വൈക്കോൽമെത്തയിൽ
ആരുണ്ടത് വെടിപ്പാക്കാൻ
തന്റെ പൈതങ്ങളുടെ മെത്ത

വീട്ടുമുറ്റത്തഴക്കോലിൽ
രാവിൽ വിരിച്ച വെൺവസ്ത്രങ്ങൾ
കാറ്റിലുലയുന്നു പറയുന്നു
ഞങ്ങളിലൊരാളെ കൊണ്ടുപോ
കുറിഞ്ഞി ചൊല്ലുന്നു വിഷാദത്തോടെ
വിതുമ്പും സ്വരത്തിൽ
എങ്കിൽ ഞങ്ങളുടെ കുടിമാറ്റം നിശ്ചയം
മനുഷ്യരിന്നു ദുഷ്ടന്മാർ.
സ്വന്തം പെണ്ണുപെറ്റ
പൊൻമണിയെ, പെൺകുഞ്ഞിനെ
ഗട്ടറിലെറിഞ്ഞൊഴുക്കുന്നവർ
കണ്ടാൽ കുളിക്കണമവരെ, ദുഷ്ടരെ. ■

കളി

വീട്ടിന്റെ പുറകിൽ ഒരു പ്ലാച്ചോട്ടിൽ
ദേവേട്ടനും വാസ്വേട്ടനും
ദുഷ്യന്തന്റെ കൊട്ടാരവാതിൽക്കൽ
അവസാനത്തെ ഗോപുരം പണിതീർക്കാൻ
പപ്പായത്തണ്ടുകൾ പത്തോളം
രഹസ്യമായി വെട്ടിയെടുത്തു
തോളിൽ ചുമന്നു പോന്നു.
ഞാൻ, മാറത്തു പുസ്തകം കമഴ്ത്തി
നിദ്രയിലാണ്ടമ്മയെ കവച്ചു കടന്നു
കട്ടിലിന്നു താഴെയിറങ്ങുന്നു.

അമ്മ ഞെട്ടിയുണർന്നു
പുസ്തകം മടക്കി എങ്ങ് പോണു?
മദിക്കാനോ,
ഈ നട്ടുച്ചവെയിലില്?
വൈകുന്നേരായിട്ടോ, അമ്മേ!
ആയ്ക്കോട്ടെ?
ഒരു ചായ്യ്യോ കാപ്പ്യ്യോണ്ടാക്കാനല്ലേ,
അത് അമ്മാളു വല്യമ്മ ചെയ്തിട്ടുണ്ടാവും.
എന്താണ് തിന്നാൻ?
കാലപ്പം!
തൊപ്പി മുറിച്ചു പൂച്ചയ്ക്കു കൊടുത്തൂടെ?
കൊടുക്കാം, ചെല്ലമ്മയല്ലേ താഴെ?

അവര്‍ക്കും കൊടുക്കാം
ഒരു കാലപ്പത്തിന്റെ പാതി!
തൊപ്പി മുറിക്കേണ്ടല്ലേ?
വേണ്ട! ■

മലയിലൊരു ഹയന

കാട്ടുപുലി വിരുന്നുവരുന്നു
മീനമാസക്കുന്നിലേക്ക്
തീറ്റയെന്തുണ്ട് കുറ്റിക്കാട്ടിൽ?
വകഞ്ഞുവഴിയുണ്ടാക്കുന്നു
ചാഞ്ഞും ചെരിഞ്ഞും നോക്കുന്നു
പ്രാതലിന്നെന്തുണ്ടമ്മേ, ചൊല്ലിയാലും
വിശക്കുന്നു ഇതു വിശപ്പിന്റെ കാലം

അത്താഴമില്ലാവേനൽരാത്രികൾ
തീറ്റയെല്ലാം നാലുകാലിൽ
മേടുവിട്ടു പോയല്ലോ
വീട്ടിലൊന്നും കോഴി കൂവുന്നില്ല
അവർ താഴങ്ങാടിയിലെ
കമ്പിക്കൊളുത്തിൽ, കണ്ണാടിക്കൂട്ടിൽ
ആത്മാഹുതിയായല്ലോ!
ചത്താലും കിട്ടും പണം
കൊന്നാലും കിട്ടും പണം
കോഴിക്കും കാലിക്കും സമയം.
അറവുകാരന് കുശാലെന്നാൽ
അറവു നിരോധനം പുലർന്നപ്പോൾ
മൃഗജാലത്തിന്നു കലികാലം
കാലനില്ലാക്കാലം
മനുഷ്യാർത്തിക്കാരൻ പരിഭ്രമിക്കുന്നു.

ഇനി ഞങ്ങളെങ്ങനെ വിശപ്പാറ്റും?
പശി സഹിക്കാതെ ചാകണോ
മനുഷ്യൻ ചത്താലെന്തു ഫലം
സഹജാതർക്ക് അസ്വാസ്ഥ്യം! ■

ധനുവിലെ മഴ

കേട്ടില്ലയോ തോഴി
ധനുമാസരാവിലെ മഴ പെയ്യുന്നു
ഭൂദേവി പിടഞ്ഞെഴുന്നേൽക്കുന്നു
തെങ്ങോലകൾ തന്ത്രി മീട്ടുന്നു
മണ്ണിന്റെ മാറിൽ നിന്റെ മുലപ്പാൽ
പച്ചത്തുകിലുകൾ നനയുന്നു
പൈതങ്ങൾ ഉണരുന്നു

രാവിന്റെ അന്ത്യത്തിൽ
സ്വപ്നങ്ങളിൽ അലിഞ്ഞുറങ്ങിയവർ
ഞെട്ടുന്നുണരുന്നു
നിന്റെ മാറിടം തപ്പുന്നു.

തെങ്ങോലക്കൂടാരത്തിൽ
ഉറങ്ങും പക്ഷിജാലം
ഓലത്തുമ്പിൽ നിമിഷാർദ്ധത്തിൽ
ഓമനക്കറുപ്പു കാക്കകൾ
വിളിച്ചുണർത്തുന്നു നാടിനെ
കൂട്ടരെ നിദ്രവിട്ടാലും
ഒരു ജീവിതപ്പകലിന്റെ
കർമ്മവഴികൾ പടിവാതിൽ തുറക്കുന്നു

മലർക്കെ തുറക്കുന്നു കാറ്റിന്റെ കയ്യുകൾ
ഭൂമിയെ ഒറ്റച്ചാറലാൽ
കുടഞ്ഞു ശുദ്ധമാക്കുന്നു.

കുളിക്കാനൊരു നീർച്ചാട്ടം
അടുത്ത മഴ ജനിപ്പിക്കുന്നു.

ദീർഘനിദ്രവിട്ടുണരും
പ്ലാവുകൾ, മാവുകൾ, കായ്ഫലം നൽകും
പല വൃക്ഷജാലങ്ങൾ
ഉണരുന്നു വേരുകളിൽ ജീവൻ
ഉറങ്ങിക്കിടക്കും ഭ്രൂണങ്ങൾ
ശരീരത്തിന്റെ കവാടം മുട്ടി
പുതിയ ജീവനെക്കാത്തു
തരിക്കുന്നു പ്ലാവിന്നുടൽ
മാഞ്ചില്ലകളിലൂയലാടാൻ
പറന്നെത്തിയ പക്ഷിജാലം
ഉറങ്ങും കീടജാലത്തിന്
മോക്ഷം നൽകുന്നു

പ്രഭാതരശ്മിയുടെ തടവിൽ
ആലയിൽ ഉണർന്നെഴുന്നേല്പൂ
പശുക്കൾ നീലക്കൺ തിളക്കത്തോടെ
കിഴക്കുനോക്കി പ്രാർത്ഥിക്കുന്നു

ഞങ്ങടെ കെട്ടഴിക്കാൻ വരട്ടെ
മനുഷ്യൻ; അവന്റെയേക
സ്പർശത്താൽ
അരുണൻ മുഖപടം നീക്കി
ചിരിക്കുന്നു.

കുളമ്പൊച്ചയുടെ താളത്തിൽ
വീടുണരുന്നു, ഗൃഹനാഥൻ
ശബ്ദഘോഷത്തോടെ തടിക്കാതൽ
കതക് വലിച്ചുതുറക്കുന്നു.

ലക്ഷ്മീ, യശോദേ, കാളീ
കൃഷ്ണാ, രാമാ, അയ്യപ്പാ
ദൈവപ്പേരുച്ചരിച്ചു

കാലിക്കഴുത്തിലെ കയറുതാലികൾ
ഓരോന്നായഴിക്കുന്നു.
കാലിക്കടവാതിൽ തുറക്കുന്നു
ഇടുക്കുപാതയിലൂടിറങ്ങുന്നു
പശുക്കൾ പിറക്കുന്നു പുലരിയിലേക്ക്
അയലത്തെ മാലൂർകുന്ന്
മാടിവിളിക്കുന്നു, കന്നാറിന്റെ മാലഖന്ന
പാവം പശുക്കളെയാശ്ലേഷിപ്പൂ

നെടുവീർപ്പിൻതാവം മായ്ച്ചൊരു
കാറ്റ് പാഞ്ഞടുക്കുന്നു
താടകൾ തടവി ഓമനിക്കുന്നു

മലയിൽ കശുമാവ് പെറ്റുകിടപ്പൂ
പഴങ്ങളവളെ പൂജിച്ചു കാക്കുന്നു.
വന്നാലും മക്കളെ, വന്നു പ്രാതൽ കഴിച്ചാലും! ■

മാലൂർകുന്നിലെ വീട്

വെയിലിന്റെ കുടക്കീഴിൽ
പറങ്കിമാവുകളുടെ തൊപ്പിയണിഞ്ഞ്
മാലൂർകുന്ന്
കുന്നിന്റെ അക്ഷരക്കെട്ടിൽ
ഞങ്ങളുടെ വീട്

പല പ്രായത്തിലുള്ള ആളുകൾ
മാതാപിതാക്കൾ, സഹോദരീ സഹോദരർ
മച്ചുനന്മാർ അകലങ്ങളിൽ നിന്നു വന്ന
കുടുംബാംഗങ്ങൾ, അതിഥികളാശ്രിതർ
എല്ലാവർക്കും ഇടമുണ്ടായിരുന്നു.

ഇരിക്കാനും വാക്കു പറവാനും
വിശ്രമിക്കാനുമുറങ്ങാനും
വലിയൊരു തേനീച്ചക്കൂടുപോലെ
എന്തെങ്കിലും ജോലി ഓരോരുത്തർക്കും
ജോലി സൂര്യനൊപ്പം ഉണരുന്നു.

സൂര്യദേവനാകട്ടെ ലോകം മുഴുവനും
നിരീക്ഷിച്ചുകൊണ്ട് ഉയരം കുറഞ്ഞ
ഒരാകാശത്തിൽ വിശ്രമമില്ല, വാക്കില്ല
സദാ ഉണർന്നിരിക്കുന്ന ഒരു മഹാത്മാവ്
അങ്ങനെയിരിക്കെ
ഒരു കർക്കടകത്തുടക്കത്തിൽ

ഒരു വേനലവധിയിൽ
ഒരു പുതിയ ബന്ധു
പഴയകാലത്ത് കള്ളവണ്ടി കേറി
നാടുവിട്ട ഒരു കൗമാരക്കാരൻ
നവവൃദ്ധരൂപത്തിൽ തിരിച്ചുവരുന്നു
പട്ടാളക്കാരനെന്നു പറഞ്ഞുകേട്ടൊരാൾ
കുന്നിറങ്ങി പാറപ്പടവുകൾ ചവിട്ടിയിറങ്ങി
തീവണ്ടിയുടെ മണവും മൺജീവിയുടെ
കോലവുമായ് തിരിച്ചെത്തുന്നു.

ഒരു മീനമാസ ഉച്ചനേരത്ത്
കുന്നും കുഞ്ഞുങ്ങളും
കോട്ടുവായിട്ടുച്ചമയക്കത്തിലാളുമ്പോൾ
മുറ്റത്തൊരു പുള്ളുവക്കുടത്തിന്റെ
തൊണ്ടയനക്കം ഏടത്തീ
ഇവിടാരുമില്ലേ? ഉറക്കമായോ?

ആദ്യമുണരുന്നത് പാതിരാക്കോഴി
കൂവിയുണരുന്ന നേരത്ത്
ഒപ്പമുണരുന്ന വല്യമ്മ
മുകളിലെ വടക്കേയറ്റത്തെ
ഇടുക്കുമുറിയിൽ
ഉപയോഗിക്കാത്ത ഓട്ടുപാത്രങ്ങളുടെ
ഈയം മങ്ങിയ ചെമ്പുകലങ്ങളുടെ
കുടങ്ങളുടെ ഓട്ടുകിണ്ണങ്ങളുടെ
പൗരാണിക ക്ലാവും ഗന്ധവും ഉണരുന്ന
പത്തായക്കട്ടിലിന്മേലുള്ള പകലുറക്കത്തിൽനിന്ന്
എണീറ്റു ഉറക്കത്തെ കണ്ണിലുരച്ചുകളഞ്ഞു
കോട്ടുവായിട്ടു വടക്കെ ജാലകവഴി
മാലൂരിന്റെ ചെരിവിലേക്കുറ്റു നോക്കുന്നു

ഇല്ല, മേയാൻ വിട്ട ഒരു പയ്യും അനങ്ങുന്നില്ല.
അവ മേട്ടിൻപുറത്തെ വരണ്ട പച്ചിലകളുടെ
മെലിഞ്ഞ നിഴലുകളിൽ ഉറങ്ങുന്നു

ഏടത്തീ, ഇവിടാരുമില്ലേ?
ഉമ്മറത്ത് ഉച്ചനേരത്ത്
പുള്ളുവക്കുടം തൊണ്ട കാറുന്നു
കാര്യക്കാരൻ ശങ്കരനച്ചൻ
ക്ടാവിനെ അഴിച്ചു
കറവയ്ക്ക് കെട്ടാൻ പാകത്തിലൊരുക്കി
തിരിഞ്ഞുനോക്കാതെ ചൊല്ലുന്നു

ഇങ്ങളവടെയെങ്ങാനും കുത്തിയിരുന്നു
കാലുനീട്ടാൻ നോക്കീന്ന്,
തളർച്ച മാറട്ടെ!
കുടിക്കാനല്പം വെള്ളം വേണ്ടേ?

വേണം ശങ്കരാ! അഞ്ചു നാഴിക ദൂരാ
ഈ കൊട്ടാറവെയിലില് നടന്നത്!

ഏടപ്പോയീ നിങ്ങടെ കാക്കുട?

കഴിഞ്ഞ കർക്കടത്തിലെ കാറ്റെടുത്തുപോയി
കുടപ്പനയെല്ലാം ഒണങ്ങിപ്പോയോ?

ഇല്ലേട്ടാ! വളർന്നുപോയി!
കേറാനാള് വേണ്ടേ?
എന്തേ നടപ്പീനം വന്ന-
വയറല്ലെന്റെണ്ണീ പട്ടിണികൊണ്ടു
നീർന്നു നടക്കാൻ വയ്യാത്തോരായി
എവ്ടാന്ന് പറഞ്ഞു, ഒരു യുദ്ധം നടക്ക്ണത്

അതിവിടൊന്ന്വല്ല. കടിലന്നക്കരയാ?
അദ്വോണ്ടാ അങ്ങാടീലൊരു പിടി
അരിക്കു ക്ഷാമം! തേവരേ... ശിവ... ശിവ..

നാവോറ് പാട്ടിന് നാവ് ചൊറിയുന്നു
ചെല്ലമ്മ തൊണ്ടയനക്കുന്നു.

മുറ്റത്തെപ്ലാവിലിതന്നൊരു
കാക്ക വിരുന്നു വിളിക്കുന്നു.

വിളിച്ചത് മതീട്ടൊ, ശങ്കരനച്ചൻ.
ബ്ലാക്കരി കരിഞ്ഞു. ഇനി പത്തീസ് പോട്ടെ
കഴിഞ്ഞോട്ടെ കരിങ്കാതേ-
വയനാട്ടില് കൊയ്ത്ത് വൈകി.

ആദ്യം നട്ടതിനെ മഴകൊണ്ടുപോയി
പോയിത്തുലയട്ടെ, മഴയ്ക്കും
കഴിയണമല്ലോ, ആവുന്നത്. ■

അച്ഛമ്മ

മയക്കം പത്തുമിനിറ്റു കഴിഞ്ഞു
അച്ഛമ്മ ഉമ്മറത്തെത്തുന്നു
അതേപ്പൊ നന്നായത്
തങ്കയല്ലേയിത്! നിനക്ക്
നാവോറ് പാടാമ്പാകത്തിന്
കുഞ്ഞ്യോളാരും വ്ടെ ഇല്ലല്ലോ!
ഐശ്വര്യായിട്ട് ഞാനൊന്നു പാടട്ടമ്മേ!

പാട്ട് ചങ്കില് ചത്തുപോവ്ല്ല്യേ?
കൃഷ്ണാ ഭഗവാനേ... കണ്ണേറ് പറ്റ്യ
മക്കൾക്കെല്ലാം ഒരു നാവോറ് പാടട്ടെ!
അവരെല്ലാം തള്ളാര്ടെ വീട്ടിലിക്ക് പോയി
പരീക്ഷ കഴിഞ്ഞതല്ലേ? വെയില് കൊണ്ട്
രോഗം വരണ്ടാന്ന് കര്ത്തി പറഞ്ഞുവിട്ടതാ.
മാലൂര്കുന്നിന്റെ ചൂട് അവിടൊന്നും ഇല്ലല്ലോ

വെയിലാറിയ കുന്നിലേക്ക് കേറുമ്പൊ
മുറ്റത്തെയക്കോലിലാടുന്ന തോർത്തെടുത്തു
മുത്തശ്ശി മടക്കി തലേലിട്ടു
ഇത്തിരി ഇരിക്ക് തങ്കേ ങ്ങള്
അതാ തണ്ണിക്കിണ്ടീല്, കെണറ്റീന്ന്
ഇപ്പം കോരിയെടുത്ത തണുത്ത വെള്ളംണ്ട്
അതെടുത്ത് മുരലേല് കുടിച്ചോള്വാ!
അപ്പഴയ്ക്ക് അമ്മാളു കോണിയിറങ്ങി വരും

അടുപ്പ് എരിയും ചായ്യ്യോ കാപ്പിയോ
എന്താന്ന് വച്ചാല് പറഞ്ഞാ മതി

വെയിലിന് കൈത്തലം തണൽ വച്ച്
അച്ഛമ്മ പടിഞ്ഞാറെ കുന്നുമ്മല്
പറമ്പതിരുവരെ കേറിക്കേറിപ്പോണു
കാറ്റ് എറിഞ്ഞുവീഴ്ത്തിയ
മാമ്പഴമുണ്ട്, ഉണക്കത്തേങ്ങയുടെ
കാറ്റില് കൂട്ടീന്ന് നീലംപറ്റിയ
കിളിക്കുഞ്ഞ്യ്യാള്ണ്ടാവും
എല്ലാറ്റിനേം പെറുക്കിയടുക്കി

കരിയിലമെത്തയില് കിളിക്കിടക്ക ഉണ്ടാക്കി
മുത്തശ്ശി മേലതിരുവരെ കേറിക്കേറി
ഓരോ കണ്ടത്തേയും മുറിച്ചുകടക്കും
ഉണക്കത്തേങ്ങ നടുവിലൊരിടത്തു
പെറുക്കിക്കൂട്ടും.
ചങ്ങരൻ ചാക്കിലിട്ട് തലേക്കേറ്റി
തേങ്ങാക്കൂട്ടിന്റെ മുറ്റത്തെത്തിക്കും. ■

ചക്കപ്പഴം

നീണ്ട ഊണുമേശയിൽ
ചക്കപ്പഴത്തിന്റെ പല മുറികൾ
വലിപ്പച്ചെറുപ്പം നോക്കി
ആർക്കു വേണമെങ്കിലും
എടുത്തു കഴിക്കാം.
ഈച്ച ഒരൊറ്റയെണ്ണം
വെയിലിനെ
അതിജീവിക്കുന്നില്ല.
എനിക്കുവേണ്ടാ, എന്നും ചക്കപ്പഴം!
വേണ്ടുന്നവര് കഴിച്ചോട്ടെ!

വേനലവധിക്ക്,
പട്ടണത്തിൽ നിന്നെത്തിയ
ഏട്ടന്മാരും മച്ചുനന്മാരും
കൈകഴുകി,
കളിത്തട്ടിൽ നിന്നു ഓടിയെത്തി

എന്താ നെന്റെ കയ്യില് വാസവാ?
ഓ! ഇത് ഒരു പേനക്കത്തി
അടുക്കളക്കത്തി
കളിക്ക്യാൻ കൊണ്ട്വോവാ?
അല്ലമ്മായി,
മാങ്ങ ചെത്താനാണ്.
ദേവൻ പറഞ്ഞിട്ടാ.

കടിച്ചാൽ എല്ലാർക്കും
കിട്ടില്യാലൊ!
നാലായി പൂണ്ടെടുത്തു
ന്ന്ട്ടെന്താ! നാലെണ്ണം വീഴുമ്പഴ്
കഴിച്ചാപ്പോരെ?
വാസ്വേട്ടൻ കട്ടങ്കാപ്പി നിറച്ച
ഓട്ടുഗ്ലാസ് താങ്ങിനെടുത്തു
ഉമ്മറത്തേക്ക് മാഞ്ഞു. ■

കിണർ

തറവാട്ടിലെ കിണറ് മാത്രം
പാഞ്ചാലിയുടെ അക്ഷയപാത്രം പോലെ.
നീലയാഴത്തിൽ ഓടിമദിക്കുന്ന
മീൻകുഞ്ഞുങ്ങളെ വെയിൽ
വെളിക്കു കാണിക്കുന്നു.
ഒരു വശത്തേക്കു ചാഞ്ഞ നിഴലിലേക്ക്
അവ മാഞ്ഞുപോണു.
മീനുകൾക്ക് മനുഷ്യരെ പേടിയാണല്ലേ?

''മനുഷ്യരെയല്ലാതെ മറ്റാരെയാ പേടിക്കാനുള്ളത്?''

അച്ഛമ്മ പറഞ്ഞതിന്റെ പൊരുൾ
ഉള്ളിൽ കേറുന്നില്ല.

നമ്മടെ കെണറ്റിലെ ആമ ആവിയായിപ്പോകുമോ?
മനുഷേനല്ലേ പടവിറങ്ങി, കയറ്റിന്റെ കയ്യു
പിടിച്ചു ഇറങ്ങീതും കേറ്റിക്കൊണ്ടു പോയതും!
അച്ഛമ്മ കണ്ടോ! അതാരാത്ര വല്യ കള്ളൻ?
മീശേണ്ടോ? തുറിച്ചുനോട്ടം?
ഏതു രൂപത്തിലും വേഷത്തിലും കള്ളൻ വന്നു.
ചെലപ്പൊ ഒരു കരിങ്കുപ്പായം
അടിമുട്ടി എറക്കീട്ട്ണ്ടാവും

എങ്ങനെയാ ഒരു കള്ളൻ ജനിക്കണ്?

അക്കഥ പിന്നെപ്പറയ്യാ
ഓടിച്ചെന്ന് പറമ്പിലെ നെല്ലിൽ
കാക്കയുണ്ടോന്ന് നോക്ക്!
വെയില് കുറഞ്ഞല്ലോ!
യശോദേ... നെല്ല് വാരാറായി...

ഇപ്പെണ്ണ് പകലുറങ്ങി പിത്തം പിടിക്കും.
വല്യമ്മേ [illegible] കെണറ്റീന്ന് വെള്ളം വലിക്ക്യാ
കപ്പി കരേണ് കേട്ടില്ലേ? ലേശം എണ്ണം...

കരച്ചിലിനെ കാറ്റെടുത്തു തോളിലിട്ടു മലയിറങ്ങി. ■

റേഷനെന്ന മഹാവ്യാധി

റേഷൻകാലം
ഏതോ രാജ്യത്ത്
ഏതേതോ പടനിലങ്ങളിൽ
ബോംബ് വീഴ്ണു.
കടലാഴങ്ങളിലേക്ക് കപ്പലുകൾ താണുപോണു.
ആന്ധ്രയിലെ വയലുകളിൽ തീമഴയാണ് പെയ്യുന്നത്
അച്ഛമ്മയ്ക്ക് ആധിയായി
തുടർച്ചയായി ശിവനെ വിളിക്കുന്നു
കലികാലം! കുഞ്ഞിങ്ങള് പട്ടിണിയാവില്ലേ?

എരന്നു വരുന്നവനും
വെശന്നു വരുന്നവനും
എന്തെടുത്തു നൽകും ഞാൻ
കള്ളവണ്ടി കേറിപ്പോയി
കൽക്കത്തെയിൽ നിന്നും
വടക്ക് പട്ടാളത്തിൽ നിന്നും
തിരിച്ചെത്തിയ ശൂരന്മാർക്ക്
എന്തുവച്ചുവിളമ്പും
ഇതാ ഞാമ്പറയുന്നത്,
ആങ്കുട്ട്യോള് പൊറത്തിറങ്ങി
പണ്യെടുക്കണമെന്ന്! നയിച്ചു തിന്നണമെന്ന്
അച്ഛൻപെങ്ങന്മാർ മുത്തശ്ശിയുടെ വാക്കുകൾക്ക്
ചെവികൊടുക്കാറില്ലിപ്പോൾ

ആലയിലൊരു പശു നേരം തെറ്റി അകറിയാൽ
അവർ പാഞ്ഞുപോകും.

റേഷന്റെ തലയെണ്ണാനൊരാൾ, സർക്കാരുദ്യോഗസ്ഥൻ!

''ഈ മക്കളെല്ലാം ഇവ്ട്ത്തേതു തന്ന്യോ?
സംശംണ്ടോ? മുത്തശ്ശിയുടെ മറുപടി
കാർഡില് പേരു കൊടുക്കണോ?
കഴിക്കേണ്ടെ അവർക്ക്

ഇവര്ടെയൊക്കെ അച്ഛനമ്മമാരെവിടെയാണ്?

അവരോ വീട്ടില്.

എന്നാലവർക്ക് കൊടുക്കും വേറെ കാർഡ്.

അങ്ങനെയാവണ്ട! ഇവർക്ക് ചോറ് ഞാങ്കൊടുക്കും.

മുത്തശ്ശീ, അങ്ങാടീന്ന് മേലാൽ അരി കിട്ടില്ല്യ
യുദ്ധംണ്ട്ന്ന് അറിഞ്ഞു. അതിവിടല്ലല്ലോ.
യുദ്ധം കടലിലാണ്.
അക്കരെ.
അന്യരാജ്യത്ത്. ■

റേഷനരി, കല്ലരി, ചോളം

അമ്മ ചോളം നനച്ചു കുത്തി
അരിരൂപം ജനിക്കുന്നു
ചോറ് ഒരു കേടുവന്ന വൃദ്ധനെപ്പോലെ
ജലത്തിൽ തെള്ളിത്തെള്ളി നടക്കുന്നു
ചീർത്ത വെള്ളാരങ്കല്ലുപോലെ.
ഒരിക്കലുമത് ഒരു വറ്റാവുന്നില്ല

കാലം, തീ ദണ്ഡം സഹിച്ചു സഹിച്ചു
ഇപ്പൊ ആത്മഹത്യ ചെയ്യുമെന്ന്
അത്രയ്ക്കു ധൃതി വേണ്ട. എന്തായാലും
ചോളം അതിന്റമ്മ പ്രസവിച്ച കതിരിൽ
വിളഞ്ഞതല്ലേ?

രാജ്യത്തിന്റെ വടക്കെപ്പുറത്തെ
മാനുഷേർടെ അന്നമല്ലേ?

നമ്മക്ക് മാത്രം അത് ദഹിക്കാതെ പറ്റ്വോ?
പട്ടിണി ദഹിപ്പിക്കും, തീർച്ച

വയറ്റുകാളലിന്നു ശമനം കിട്ടും

ചോളച്ചോറ് ഉണ്ണാൻ വയ്യമ്മായീ
വിരുന്നു മക്കള് അവധിക്കളി മതിയാക്കി
വെയിലാറിയ നേരത്ത്, വയലു മുറിച്ചു
അറ്റക്കഴയിറങ്ങി, മീനിനെ താലോലിച്ചു

തോട്ടിനെ തോല്പിച്ച് വെള്ളമില്ലാത്തോടിനെ
തോല്പിച്ചു ഇറങ്ങിക്കടന്നുപോണു.

വാഴത്തോപ്പുകളിലെ കാവലാളുകൾ
ഒറ്റ മുളന്തണ്ടിൽ എണീറ്റു നിന്നു
കലത്തിന്റെ ഓട്ടക്കൺകളിലൂടെ
ഉറ്റുനോക്കുന്നു.

എന്തേയിപ്പം അവധി തീരുംമുമ്പ്
അവധിക്ക് വീട്ടുപാഠങ്ങൾ ചെയ്യാനുണ്ട്
അപ്പോ അഥവാ തോറ്റുപോയാലോ
പിന്നേം പോകും മറ്റൊരവധി തേടി

അയ്യട! അവന്റൊരു ചോദ്യം.
എന്റെ കാര്യം നോക്കാൻ അവനാര്?

തിരിഞ്ഞു നോക്കുന്നു. കണ്ണോട്ടയുള്ള
കണ്ണേറുകലം കുലുങ്ങിക്കുലുങ്ങി ചിരിക്കുന്നു.

വയലേലയിലെ നടുപ്പൊറ്റയിൽ
കുടിൽ മുറ്റത്ത്, വേനൽക്കാറ്റിൽ
പരുന്തുകൾക്കൊപ്പം കുട്ടികൾ തീർത്ത പട്ടം
പറക്കുന്നു. കാറ്റിനൊപ്പം കിഴക്കോട്ട്
മഴക്കാറുകൾ അവർക്കൊപ്പം

മലഞ്ചെരിവിൽ തമ്പടിക്കുന്ന
കാർമേഘങ്ങൾ കുമിയുന്നു
എനിയെന്നവധി?

കുമാരന്മാർ പുറംകയ്യാലെ
കണ്ണമർത്തിത്തുടയ്ക്കുന്നു. ■

64